AF751105

# ANG PINAKAMAHUSAY NA LIBRO NG RESIPE PARA SA ISANG DEHYDRATOR

Pasiglahin ang Iyong Pantry gamit ang 100 Mga Inalis ang tubig Na Nilikha

Felipe Sanz

# TALAAN NG MGA NILALAMAN

# PANIMULA

Maligayang pagdating sa ANG PINAKAMAHUSAY NA LIBRO NG RESIPE PARA SA ISANG DEHYDRATOR, ang iyong gateway sa mundo ng mga dehydrated culinary delight. Ang pag-dehydrate ay isang pinarangalan na paraan ng pag-iingat ng makulay na lasa ng mga prutas, gulay, damo, at higit pa. Sa komprehensibong gabay na ito, ipakikilala namin sa iyo ang isang treasure trove ng 100 dehydrated na mga likha na hindi lamang magpapasigla sa iyong pantry ngunit magpapalaki rin ng iyong mga kasanayan sa pagluluto.

Ang pag-dehydrate ay higit pa sa pag-iingat ng pagkain; ito ay isang paglalakbay na maaaring humantong sa mas malusog, mas masarap, at mas napapanatiling pagkain. Sa lakas ng iyong dehydrator, maaari kang lumikha ng mga meryenda, pampalasa, at sangkap na walang mga additives at preservatives. Magugulat ka sa matapang at puro lasa na maaaring ma-unlock ng dehydrating.

Mula sa mga kamatis na pinatuyo sa araw na puno ng mga lasa ng Mediterranean hanggang sa mga zesty dried mango slices na nagdadala sa iyo sa tropiko, saklaw ng aklat na ito ang lahat. Sumali sa amin habang ginalugad namin ang sining ng pag-dehydrate, nag-aalok sa iyo ng mahahalagang tip at diskarte upang matiyak ang iyong tagumpay sa kusina. Tatalakayin natin ang pagpili ng tamang kagamitan, paghahanda ng iyong mga sangkap, at pag-iimbak ng iyong mga dehydrated na kayamanan. Isa ka mang batikang dehydrator pro o nagsisimula pa lang, ang aklat na ito ang iyong pinagkakatiwalaang kasama sa culinary adventure na ito.

Maghanda upang simulan ang isang paglalakbay ng panlasa at pagtuklas, habang binubuhay mo ang iyong pantry sa mga kasiyahan ng mga dehydrated na nilikha. Nandito kami para gabayan ka sa masarap na paggalugad na ito, na tumutulong sa iyong ipasok ang iyong mga pagkain ng bagong antas ng sigla, nutrisyon, at kaginhawahan. Magsimula na tayo!

# CHIPS AT CRACKERS

# 1.Salted Flax Chips

Gumagawa ng: 32 CHIPS

**MGA INGREDIENTS:**
1 tasang tinadtad na kintsay
1¾ tasa ng flax meal
2 kutsarang pinatuyong oregano
1½ tasang sinala na tubig
1 kutsarita ng magaspang na asin sa dagat

**MGA TAGUBILIN**
Ilagay ang kintsay, flax, oregano, at tubig sa isang high-speed blender. Haluin hanggang makinis.
Ikalat nang pantay-pantay sa isang may linyang 14-pulgada na dehydrator tray. Budburan ng asin sa dagat.
Mag-dehydrate ng 5 hanggang 6 na oras sa 104°F. I-flip at puntos sa apat na pahalang at patayong hilera. Pagkatapos ay markahan ang bawat parisukat nang pahilis sa kalahati sa dalawang tatsulok na chip. Mag-dehydrate ng isa pang 6 hanggang 8 oras, hanggang sa matuyo at malutong.

## 2.Chipotle-Kale Chips

**MGA INGREDIENTS:**

6 na tasa na kagat-laki ng mga piraso ng kale, mahigpit na nakaimpake (1 bungkos)

3 kutsara ng agave syrup

2 kutsarang extra-virgin olive oil

½ kutsarita ng asin sa dagat

½ hanggang 1 kutsarita na may pulbos na chipotle

**MGA TAGUBILIN**

Ilagay ang lahat ng sangkap sa isang malaking mangkok ng paghahalo, idagdag ang chipotle sa panlasa, at ihagis upang ihalo nang mabuti.

Ikalat sa dalawang 14-inch-square dehydrator tray at tuyo sa 104°F sa loob ng 4 hanggang 6 na oras, hanggang sa matuyo.

# 3.Cheddar-Kale Chips

**MGA INGREDIENTS:**

1 tasa ng pulang kampanilya na paminta, pinuna at tinadtad
1 tasang kasoy
2 kutsarang nutritional yeast
2 hanggang 4 na kutsarang tubig, kung kinakailangan
2 kutsarang agave syrup
1 kutsarang langis ng oliba
½ kutsarita ng asin sa dagat
6 na tasa na kagat-laki ng mga piraso ng kale, mahigpit na nakaimpake (1 bungkos)

**MGA TAGUBILIN**

Ilagay ang red bell peppers sa isang blender, pagkatapos ay ang natitirang mga sangkap, maliban sa kale. Haluin, gamit lamang ang sapat na tubig upang iproseso sa isang makapal na cream.

Sa isang malaking mangkok ng paghahalo, ihagis ang pinaghalong paminta sa kale, pinahiran ito nang pantay-pantay.

Ikalat ang kale sa dalawang 14-inch-square dehydrator tray, at tuyo sa 104°F sa loob ng 8 hanggang 10 oras.

## 4.Pangunahing Flax Cracker

Gumagawa ng: 9 CRACKERS

**MGA INGREDIENTS:**

2 tasa ng flaxseed

2 tasang sinala ng tubig

1 kutsarita sea salt, o panlasa (opsyonal)

**MGA TAGUBILIN**

Sa isang mangkok, ihalo ang flaxseeds sa tubig at asin. Mapapansin mo na ang batter ay nagiging malapot at ang mga buto ay nagsisimulang magbigkis upang makagawa ng kuwarta. Magdagdag ng kaunti pang tubig kung ang batter ay nagiging masyadong makapal upang kumalat, ngunit hindi mo nais na ang batter dough ay matubig.

Ikalat ang batter nang pantay-pantay sa isang may linya na 14-pulgada na dehydrator tray (lagyan ng parchment paper ang tray). Ang batter ay dapat na ⅛-pulgada ang kapal.

Mag-dehydrate ng 5 hanggang 6 na oras sa 104°F. Direktang i-flip ang iyong mga crackers sa mesh tray, pagkatapos ay alisan ng balat ang lining o papel. Gamit ang butter knife, mag-iskor ng mga linya sa iyong batter upang hatiin ang iyong cracker dough sa siyam na parisukat. Mag-dehydrate ng isa pang 3 hanggang 4 na oras, o hanggang sa ganap na matuyo at malutong, pagkatapos ay alisin sa tray at yumuko sa mga linya ng marka upang maputol.

## 5.Tomato Flax Cracker

Gumagawa ng: 9 CRACKERS

**MGA INGREDIENTS:**

2 tasa ng flaxseed
2 tasang kamatis
1 kutsaritang tinadtad na bawang
1 tasa ng tubig, o kung kinakailangan

**MGA TAGUBILIN**

Ilagay ang lahat ng mga sangkap sa isang food processor at haluing mabuti, magdagdag ng sapat na tubig upang lumikha ng isang kumakalat na pagkakapare-pareho ng batter.

Ikalat ang batter nang pantay-pantay sa isang may linya na 14-pulgada na dehydrator tray. Ang batter ay dapat na ⅛-pulgada ang kapal.

Mag-dehydrate ng 5 hanggang 6 na oras sa 104°F. Direktang i-flip ang iyong mga crackers sa mesh tray, at alisan ng balat ang liner. Gamit ang butter knife, mag-iskor ng mga linya sa iyong batter upang hatiin ang iyong cracker sa siyam na parisukat. Mag-dehydrate ng isa pang 3 hanggang 4 na oras, o hanggang sa ganap na matuyo at malutong, pagkatapos ay alisin sa tray at yumuko sa mga linya ng marka upang maputol.

# MGA NUTS, BINHI, AT BUTIL

## 6.Dried Beans

**MGA INGREDIENTS:**

- Mga sariwang beans, anumang; 1 lata o 16 oz

**MGA TAGUBILIN:**

a) Ibabad ang beans sa loob ng isang oras o dalawa at alisin ang mga shell. Kung sakaling umiinom ka ng de-latang beans pagkatapos ay laktawan ang hakbang na ito.

b) Sa pamamagitan ng pagpapaputi ng beans, painitin muna ang mga ito at pakuluan ng isang minuto at patuyuin ang tubig.

c) Dry beans sa 125 degrees para sa 9 hanggang 13 oras.

## 7.Texas Chili Peanuts

**MGA INGREDIENTS:**

- Oregano, lupa; 1/8 tsp
- Kumin, lupa; 1 tsp
- Mga mani, walang asin at inihaw; 1 garapon; 16 Oz.
- Chili powder; 1 ½ tsp
- Pulang paminta; ½ tsp
- Tubig; ½ tasa
- Mainit na sarsa ng paminta; ¼ tasa

**MGA TAGUBILIN:**

a) Pagsamahin ang lahat ng mga sangkap sa mangkok, (ang mga mani ay dapat ibabad sa magdamag at pinatuyo).

b) Ilagay ang mga ito sa dehydrator sheet at iproseso ang mga ito sa loob ng 3 hanggang 5 oras sa 145 degrees.

# 8.Maple Chipotle Candied Walnuts

**MGA INGREDIENTS:**

- Mga hilaw na walnut, 2 tasa
- kanela; ½ tsp
- Asukal sa maple; makinis na giling; ½ tasa
- asin
- Chipotle powder; ½ tsp
- Tubig; 3 hanggang 4 na tasa

**MGA TAGUBILIN:**

a) Ibabad ang mga walnuts sa isang mangkok sa loob ng 3 hanggang 4 na oras. Alisan ng tubig ang tubig at hugasan ang mga ito. Kumuha ng isa pang mangkok at paghaluin ng mga walnut ang lahat ng iba pang natitirang sangkap.

b) Ikalat ang isang pantay na layer ng well-coated na mga walnut sa dehydrator tray at iproseso ito sa loob ng 10 oras sa 115 degrees.

c) Gawin silang malutong.

## 9.Ginger Candied Walnuts

Gumagawa: 2 CUPS

**MGA INGREDIENTS:**

- ¼ tasa ng agave syrup
- 1 kutsarita ng asin sa dagat
- 1 kutsarang gadgad na sariwang luya, o 1 kutsarita na giniling
- 2 tasang walnut halves

**MGA TAGUBILIN**

a) Ilagay ang syrup, asin, at luya sa isang mixing bowl at haluing mabuti. Idagdag ang pecans at ihalo upang mabalot ng mabuti.

b) Ikalat ang mga pecan sa isang may linya na 14-pulgada na dehydrator tray, at Dehydrate ng 2 hanggang 4 na oras sa 104°F, hanggang sa matuyo.

## 10.Fruit trail Mix

**MGA INGREDIENTS:**

- Mga nogales; 1 tasa
- Mga pinatuyong prutas; 1 tasa anuman at tinadtad
- Cardamom ½ tsp
- Almendras; 1 tasa
- Goji berries; ½ tasa
- Mga buto ng abaka; 2 tbs
- Deglet date, pitted; ½ tasa
- kanela; ½ tsp
- Cayenne paminta; 1 kurot
- Hilaw na Mulberry; ½ tasa

**MGA TAGUBILIN:**

a) I-dehydrate muna ang lahat ng prutas kung hindi ito tuyo at ibabad ang mga mani nang hindi bababa sa 6 na oras at i-chop ang mga ito.

b) Ikalat ang mga prutas at mani sa dehydrator tray at tuyo ang mga ito sa loob ng 2 hanggang 3 oras sa 145 degrees.

c) Kapag tapos na, ilabas ang mga ito, paghaluin ang lahat ng mga ito at itago ang mga ito sa isang sealable na bag o isang garapon na salamin.

## 11.Tamari Almonds

Gumagawa: 2 CUPS

**MGA INGREDIENTS:**

- ¼ tasa Nama Shoyu o Bragg
- Liquid Aminos
- 1 kutsarang sibuyas na pulbos
- ½ kutsarita ng asin sa dagat
- 2 tasang almond

**MGA TAGUBILIN**

a) Ilagay ang Nama Shoyu, pulbos ng sibuyas, at asin sa isang mixing bowl at haluing mabuti. Idagdag ang mga almendras at ihalo upang mabalot ng mabuti.

b) Ikalat ang mga almendras sa isang may linyang 14-pulgada na dehydrator tray, at I-dehydrate ng 2 hanggang 3 oras sa 104°F, o hanggang matuyo.

## 12.Cacao dehydrated almonds

**MGA INGREDIENTS:**

- Cacao powder; 2 tbs
- Mga hilaw na almendras; 2 tasa
- asin
- Langis ng niyog; 1 ½ tbsp
- Agave; ¼ tasa

**MGA TAGUBILIN:**

a) Ibabad ang mga almendras sa inasnan na tubig magdamag, patuyuin ang tubig, at tuyo ang mga ito sa hangin.

b) Paghaluin ang lahat ng iba pang sangkap sa tinunaw na langis ng niyog at ibuhos ito sa pinatuyong almendras. Ihagis ang mga ito nang lubusan.

c) Sa isang tray ng dehydrator, ikalat ang mga pinahiran na almond na ito sa isang tray at iproseso ng 8 hanggang 12 oras sa 125 degrees.

# 13.Nori Croutons

Gumagawa: 9 Servings

**MGA INGREDIENTS:**

- 1/3 tasa ng pinatuyong buckwheat groats
- 1 tasa ng flax meal
- 2 tasang sinala ng tubig
- ¼ tasa tinadtad na nori, o laver flakes
- ½ tasang brown flaxseeds

**MGA TAGUBILIN**

a) Gilingin ang bakwit sa isang pulbos; itabi.

b) Ilagay ang flax at tubig sa isang high-speed blender at timpla upang haluing mabuti. Idagdag ang bakwit na pulbos; timpla para maihalo. Idagdag ang nori at buong flaxseeds. Pulse malumanay upang paghaluin, maging maingat na hindi timpla. Gusto mong panatilihing buo ang nori at flaxseeds.

c) Ikalat nang pantay-pantay sa isang may linya na 14-pulgada na dehydrator tray.

d) Mag-dehydrate ng 7 oras sa 104°F. I-flip, alisan ng balat ang lining, at puntos sa ½-inch na mga parisukat. Mag-dehydrate ng 6 hanggang 8 pang oras, hanggang sa gusto mong pare-pareho.

## 14.Malagkit na Maple-Pepper Pecans

Gumagawa: 2 CUPS

**MGA INGREDIENTS:**

- ¼ tasa ng maple o agave syrup
- 1 kutsarita ng asin sa dagat
- ½ kutsarita ng cayenne
- 2 tasang pecan halves

**MGA TAGUBILIN**

a) Ilagay ang syrup, asin, at cayenne sa isang mixing bowl at haluing mabuti.
b) Idagdag ang pecans at ihalo upang mabalot ng mabuti.
c) Ikalat ang mga pecan sa isang may linya na 14-pulgada na dehydrator tray at Dehydrate ng 2 hanggang 4 na oras sa 104°F, hanggang sa matuyo.

# 15.Maple Spiced Pecan

**MGA INGREDIENTS:**

- Tubig
- kanela; 3 tsp
- MAPLE syrup; ½ tasa
- Nutmeg; 1/8 tsp
- Pecan kalahati; 3 tasa

**MGA TAGUBILIN:**

a) Ibabad ang mga pecan sa tubig magdamag, alisan ng tubig, hugasan, at tuyo ang mga ito sa hangin. Kapag tapos na, ihagis ang mga ito kasama ang natitirang mga sangkap upang ang bawat piraso ay pantay na pinahiran.

b) Ikalat ang pinahiran na mga pecan sa dehydrator tray at iproseso ang mga ito sa 105 degrees sa loob ng 12 hanggang 14 na oras. Maaari silang maiimbak ng 3 buwan.

## 16.Dehydrated na Mani

**MGA INGREDIENTS:**

- mani; 1 bag

**MGA TAGUBILIN:**

a) Alisin ang mga shell mula sa mga mani at ilagay ang mga ito sa dehydrator tray. Maaari ka ring magpahid ng pulot o asin kung gusto mo.

b) Ikalat ang mga ito sa tray ng dehydrator at iproseso ang mga ito sa 125 degrees hanggang sa maging malutong.

## 17.Dehydrated Chai Macadamias

**MGA INGREDIENTS:**

- asin ng Himalayan; ¼ tsp
- Asukal sa niyog; 1/3 tasa
- Macadamia nuts; 4 na tasa
- Garam masala; 2 tbs
- pulbos ng kanela; 2/4 tsp
- Vanilla past; 2 tsp

**MGA TAGUBILIN:**

a) Ibabad ang mga mani sa tubig sa loob ng 2 oras. pansamantala, kumuha ng mangkok at ihalo ang iba pang natitirang sangkap. Ginagawa nitong chai powder. Iwiwisik ang mga ito sa mga mani kapag nababad at ihagis nang maayos.

b) Ilagay ang mga ito sa pantay na mga layer sa mga tray ng dehydrator; Madaling mapupuno nito ang 2 tray nang hindi nagsasapawan. I-dehydrate ang mga ito sa loob ng isang oras sa 149 degrees at bawasan ang temperatura sa 110 degrees sa loob ng 16 na oras.

c) Hayaang lumamig ang mga ito bago itago.

# 18.Asian Inspired Nuts

**MGA INGREDIENTS:**

- Giling na luya; ¼ tsp
- Tubig; ¼ tasa
- Langis ng linga; 1 ½ tsp
- toyo; 1/3 tasa
- Limang pampalasa na pulbos; ½ tsp
- Inihaw na mani; 16 onsa

**MGA TAGUBILIN:**

a) Pagsamahin at haluin ang lahat ng mga sangkap.
b) Idagdag ang mga mani at ihalo ang mga ito. Kapag tapos na, hayaan itong magpahinga nang hindi bababa sa 8 oras o magdamag.
c) Alisan ng tubig ang mga sobrang likido at ilagay ang mga ito sa dehydrator tray sa loob ng 5 oras sa 135 degrees.

## 19.Dehydrated Granola

**MGA INGREDIENTS:**

- Oats, pinagsama; 3 tasa
- Nutmeg; ¼ tsp
- Mga hilaw na buto ng kalabasa; 1 tasa raw
- Mga buto ng sunflower; 1 tasa raw
- Bran oat; ¼ tasa
- Mga walnut, pecan, o almond,
- kanela; 1 tsp
- niyog; 1 tasa
- pulot; ½ tasa
- Tubig; ½ tasa
- Langis ng niyog, natunaw; ½ tasa

**MGA TAGUBILIN:**

a) Paghaluin ang pulot, tubig, at langis ng niyog at idagdag ang natitirang mga sangkap pagkatapos. Ilagay ang mga ito sa dehydrating tray at ikalat ang mga ito upang lumikha ng makinis na layer at gumawa ng ¼ inch layer.

b) I-dehydrate ito sa loob ng 18 oras sa temperaturang nasa pagitan ng 105 hanggang 115 degrees.

## 20.Tuyo at tinimplahan ng sunflower seeds

**MGA INGREDIENTS:**

- Mga buto ng sunflower, hilaw at may kabibi; 2 tasa
- Mga natuklap na pulang paminta, durog; ¼ tsp
- Pulbos ng sibuyas; ½ tsp
- Bawang pulbos; ½ tsp
- toyo; 1 tbs
- Langis ng oliba; 2 tbs
- Maalat; ½ tsp

**MGA TAGUBILIN:**

a) Ibabad ang mga buto ng sunflower sa magdamag, alisan ng tubig ang tubig at banlawan ng maigi. Paghaluin ang langis ng oliba, mga pampalasa, at toyo at ihalo nang mabuti. Kunin ang mga buto at ihagis ang mga ito sa pinaghalong.

b) Sa isang dehydrator tray, ilagay ang mga buto at hayaang matuyo ng 12 hanggang 18 oras sa temperaturang 105 hanggang 115 degrees.

## 21.Pinatuyong linga

**MGA INGREDIENTS:**

- Tubig; 1 tasa
- Sesame seeds, toasted; ½ tasa
- Mga buto ng flax; ½ tasa
- Pinatuyong thyme; ½ tsp
- Bawang pulbos; ½ tsp
- asin sa dagat; ½ tsp
- Black sesame seeds; ½ tsp

**MGA TAGUBILIN:**

a) Kumuha ng isang mangkok at paghaluin ang lahat ng mga buto kasama ang tubig at pukawin ang mga ito ng mabuti hanggang sa sila ay maisama. Hayaang umupo ito ng 15 minuto hanggang ang texture nito ay maging katulad ng puding.

b) Kapag tapos na, ibuhos ang batter sa dehydrator tray na tinitiyak na ¼ pulgada ang kapal. Iproseso ito ng 8 hanggang 12 oras sa simula at i-flip ang mga ito pagkatapos ng oras na iyon, i-dehydrate muli ang mga ito para sa isa pang 8 oras.

## 22.Dehydrated pistachios

**MGA INGREDIENTS:**

- Pistachios, babad; 1 tasa
- kulantro, tuyo; 1 tsp
- Cayenne; ¼ tsp
- MAPLE syrup; 2 tbs
- asin sa dagat; ¼ tsp
- Luya, giling; ¼ tsp
- kanela; ¼ tsp
- Kumin, lupa; ¼ tsp

**MGA TAGUBILIN:**

a) Ibabad ang mga mani sa tubig magdamag, banlawan at itabi. Sa isang mangkok, magdagdag ng maple syrup, kulantro, asin, luya, at iba pang mga sangkap, at ihalo nang mabuti ang mga ito. idagdag ang binabad na pistachios at lagyan ng pampalasa.

b) Ihagis ito ng mabuti, siguraduhin na ang bawat piraso ay nababalutan ng maayos ng mga pampalasa.

c) Kapag tapos na, ilagay ito sa dehydrator tray at hayaang matuyo ito ng 8 hanggang 10 oras sa 105 degrees. Itago ang mga ito sa isang lalagyan ng airtight.

## 23.Pumpkin granola bar

**MGA INGREDIENTS:**

- Rolled oats; 5 tasa
- Mga buto ng kalabasa; 1 tasa
- Mga butil na niyog; ¼ tasa
- asin
- kanela; 2 tsp
- Pumpkin pie pampalasa; 1 tbs
- Langis ng niyog; 2 tbs
- Organic pumpkin puree; ½ tasa
- Mga buto ng flax; ¼ tasa
- Organikong kalabasa; ½ tasa
- Pili; ½ tasa
- Pecans; ½ tasa
- gintong pasas; ½ tasa

**MGA TAGUBILIN:**

a) Paghaluin ang mga oats, buto ng kalabasa, buto ng flax, niyog, almendras, pecan, pampalasa, at asin sa isang mangkok at haluing mabuti ang mga ito.

b) Sa isa pang mangkok, paghaluin ang maple syrup, coconut oil, at pumpkin puree at ihalo ito. pagsamahin ang dalawa at haluin ng maigi.

c) Sa isang tray ng dehydrator, ibuhos nang pantay-pantay ang halo na ito upang matiyak na walang mga bula ng hangin, at hayaang maproseso ito sa 115 degrees sa loob ng 8 hanggang 12 oras.

# PIZZA AT QUICHE CRUST

## 24.Buckwheat Pizza Crust

Gumagawa: 9 Servings

**MGA INGREDIENTS:**

- ½ tasang pinatuyong Buckwheat Crispies
- 3 tasang tinadtad na kintsay
- 2 kutsarang langis ng oliba
- ½ kutsarita ng asin sa dagat
- 1 tasang tubig
- 1 tasa ng flax meal

**MGA TAGUBILIN**

a) Gilingin ang Buckwheat Crispies sa isang pulbos, itabi.

b) Ilagay ang kintsay, langis ng oliba, asin, at tubig sa isang high-speed blender. Haluin hanggang makinis. Idagdag ang flax meal at timpla upang ihalo nang mabuti. Idagdag ang bakwit na pulbos at timpla upang ihalo nang mabuti.

c) I-scoop ang batter sa isang may linya na 14-inch-square dehydrator tray. Ikalat ang batter nang pantay-pantay sa buong ibabaw.

d) Mag-dehydrate ng 10 oras sa 104°F. I-flip at puntos sa gusto mong hugis, alinman sa isang pabilog na pie o siyam na hiwa. Mag-dehydrate para sa isa pang 4 hanggang 6 na oras, hanggang ang crust ay magkaroon ng iyong ninanais na pagkakapare-pareho.

# 25.Tomato Pizza Crust

Gumagawa: 9 Servings

**MGA INGREDIENTS:**

- ½ tasa ng flax meal
- 1½ tasa na pinagbinhan at tinadtad na sariwang kamatis
- ½ kutsarita ng asin sa dagat
- 1 tasang sinala na tubig
- 1 tasa buong flaxseed

**MGA TAGUBILIN**

a) Ilagay ang flax meal, kamatis, asin, at tubig sa isang high-speed blender. Haluin hanggang makinis. Idagdag ang buong flaxseeds, at dahan-dahang pulso upang ihalo.

b) Ikalat ang batter nang pantay-pantay sa isang may linya na 14-pulgada na dehydrator tray.

c) Mag-dehydrate ng 6 hanggang 8 oras sa 104°F. I-flip, puntos sa siyam na hiwa, pagkatapos ay Mag-dehydrate para sa isa pang 4 hanggang 6 na oras, o hanggang ang crust ay magkaroon ng iyong ninanais na pagkakapare-pareho.

## 26.Oregano Pizza Crust

Gumagawa: 9 Servings

**MGA INGREDIENTS:**

- 1½ tasang tinadtad na kintsay
- 1½ tasa ng flax meal
- 3 kutsarang pinatuyong oregano
- 1½ tasang sinala na tubig

**MGA TAGUBILIN**

a) Haluin ang lahat ng mga sangkap sa isang high-speed blender.
b) Ikalat ang kuwarta sa isang bilog sa isang may linya na 14-pulgada na dehydrator tray.
c) Mag-dehydrate ng 6 na oras. I-flip at Dehydrate para sa isa pang 6 na oras, o hanggang matuyo.
d) Paggiling ng Bawang
e) MAHAL KO ANG BAWANG, pero ang sakit magbalat at tumaga kapag wala akong maraming oras. Ang isang simpleng paraan ng pagbabalat ng bawang ay ang paglalagay ng isang clove sa iyong cutting board at pindutin ang patag na bahagi ng iyong kutsilyo upang basagin ito. Pagkatapos ay alisan ng balat.
f) Upang hiwain ang iyong bawang, gumamit ng isang tinidor. Ilagay ang binalatan na bawang sa iyong cutting board. Gamitin ang patag na gilid ng tinidor upang pindutin pababa, upang i-mash at i-mince ang bawang.

## 27.Hilaw na Quiche Crus t

Gumagawa: 4 Servings

**MGA INGREDIENTS:**

- 1 recipe Zucchini Bread batter

**MGA TAGUBILIN**

a) I-scoop ang iyong batter sa isang karaniwang pie dish na 9 na pulgada ang lapad. Ikalat nang pantay-pantay sa ibaba at gilid gamit ang iyong mga daliri o isang basang kutsara.

b) Ilagay ang pie dish sa iyong dehydrator at tuyo sa 104°F sa loob ng 12 hanggang 14 na oras. Ito ay kasya sa Excalibur kung iiwan mo ang isa sa mga tray para gumawa ng mas maraming head room.

c) Bilang kahalili, direkta sa liner ng dehydrator, maaari mong hubugin ang mga flat disk na may nakataas na gilid, katulad ng hugis ng pizza crust o tart.

d) Gusto mong matuyo ang mga gilid, ngunit okay lang kung ang sentro ay hindi 100 porsiyentong tuyo bago gamitin. Gamitin ang crust na ito bilang batayan para sa mga sumusunod na pagpuno.

# KARNE, ISDA, at JERKIES

# 28.Hamburger Beef Jerk y

**MGA INGREDIENTS:**

- Ketchup; ½ tasa
- Lean ground beef; 5 lbs.
- Accent seasoning; 2 ¼ tsp
- kayumanggi asukal; 3 tsp
- Durog na pulang paminta; ½ tsp
- Usok ng likido; ½ tasa
- Non-ionized na asin; 4 ½ tsp
- sarsa ng Worcestershire; ½ tasa
- Meat tenderizer; 2 ¼ tbs
- Bawang pulbos; ¾ tsp
- Paminta; ¾ tbs

**MGA TAGUBILIN:**

a) Kumuha ng mangkok, at idagdag ang mga sangkap na hindi kasama ang giniling na karne ng baka, Worcestershire sauce, ketchup, at likidong usok.

b) Iproseso ang karne mula sa maalog na baril at ihalo ito sa iba pang mga sangkap at isawsaw ang mga ito sa pinaghalong sarsa.

c) Ilagay ang jerky strips sa dehydrator tray at iproseso ang mga ito sa 155 degrees sa loob ng 4 hanggang 8 oras.

# 29.Herbs at Garlic beef jerky

**MGA INGREDIENTS:**

- Lean ground beef; 1 lb.
- Mga sibuyas ng bawang; 6
- sariwang oregano; 1 tbs
- asin
- Itim na paminta; ½ tsp
- Parsley; 1 tasa tinadtad
- Mga sibuyas; tinadtad; ½ tasa
- Sage; tinadtad ½ tasa

**MGA TAGUBILIN:**

a) Iproseso ang karne ng baka, sibuyas, perehil, oregano, asin, paminta, sambong, at bawang hanggang sa maging paste ito. Kapag tapos na, iproseso ito mula sa maalog na baril.

b) Ilagay ang mga piraso sa baking sheet at iproseso ang mga ito sa loob ng 7 hanggang 8 oras sa 155 degrees.

# 30.Maple at Dijon maalog

**MGA INGREDIENTS:**

- Purong maple syrup; 2 tbs
- karne; 1lb.
- Grainy Dijon mustard
- asin; ¼ tsp

**MGA TAGUBILIN:**

a) Bago hiwain ang mga hiwa ng karne, ilagay ang mga ito sa freezer upang maputol ang matigas na hiwa. Siguraduhin na ang mga hiwa ay hindi lalampas sa ¼ pulgada. Kumuha ng isang mangkok at magdagdag ng maple syrup, mustasa, at asin.

b) Ihagis ang mga ito upang mabalot nang maayos ang mga piraso ng karne, ilagay ang mga ito sa isang plastic bag at i-marinate ito magdamag.

c) Painitin ang hurno sa 300 degrees at lutuin ang mga ito ng 10 minuto hanggang sa maging kayumanggi ang karne.

d) Ilagay ang mga ito sa dehydrator tray na may distansya at iproseso ang mga ito sa 155 degrees sa loob ng 7 hanggang 9 na oras.

# 31.Dehydrated Chicken

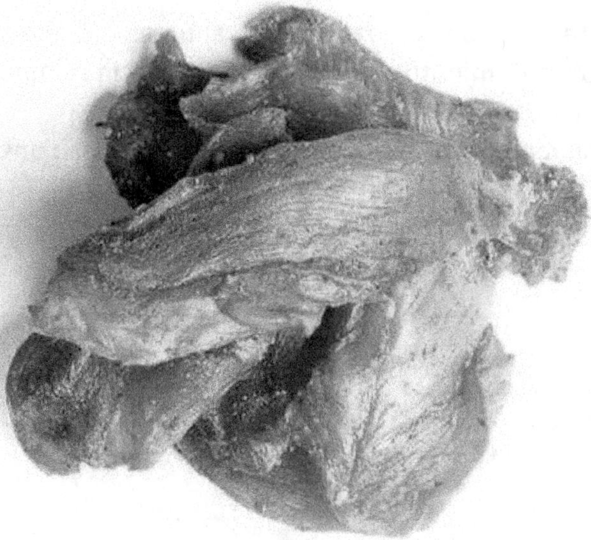

**MGA INGREDIENTS:**

- dibdib ng manok; 5 lbs.

**MGA TAGUBILIN:**

a) I-marinate ang manok magdamag sa anumang recipe at pressure
b) lutuin ito ng 12 minuto. Palamigin ito at gupitin sa mga hiwa
c) sa direksyon ng butil.
d) Ilagay ang mga hiwa sa dehydrator tray at iproseso ang mga ito sa loob ng 12 oras sa 125 degrees.
e) Itago ang mga ito sa isang lalagyan ng airtight.

# 32.BBQ Mango Meat; Jerky Mango

**MGA INGREDIENTS: ,**

- Mangga, hilaw; 1
- Chili powder/chipotle; ½ tsp
- Paprika, pinausukan; ½ tsp
- Cumin seed powder; ¼ tsp
- Asin at paminta; bilang panlasa

**INSTRUCTIONS: ,**

a) Balatan ang mangga at gupitin ito sa maliliit na cubes. Idagdag ang mga ito sa isang mangkok at ihalo kasama ang lahat ng pampalasa. Ikalat ang lahat ng mango cube sa dehydrator sheet at i-dehydrate ito nang humigit-kumulang 1 hanggang 2 oras o hanggang sa maging malutong sa temperatura na 115 degrees F.

b) Ito ay maaaring maimbak nang humigit-kumulang isang linggo sa isang lalagyan sa temperatura ng silid. Aabutin ng maximum na 2 araw upang ganap na matuyo. Kung gusto mong mapabilis ang proseso, gupitin ang mangga sa mahabang piraso, mabilis itong matuyo.

c) Maaari itong maging bahagi ng iyong vegan bbq sa pamamagitan ng pagdaragdag ng cherry tomatoes, sibuyas, at iba pang mga gulay.

## 33.Mga Barbecue Jerky Strips

**MGA INGREDIENTS:**

- Giniling na baka; 2 ½ lbs.
- Bawang pulbos; ½ tsp
- Pulbos ng sibuyas; ½ tsp
- kayumanggi asukal; 1 ½ tbs
- sarsa ng Worcestershire; ¼ tasa
- Barbecue sauce, diluted na may tubig; ½ tasa

**MGA TAGUBILIN:**

a) Paghaluin ang giniling na karne ng baka sa mga sangkap sa isang mangkok.
b) Magdagdag ng bbq sauce, bahagyang diluted sa tubig, at balutin ito ng beef strips.
c) I-squeeze ang beef strips sa jerky gun at ilagay ito sa dehydrator sa 145 hanggang 155 degrees F sa loob ng 6 hanggang 12 oras.

# 34.Beef Jerky na may Worcestershire Sauce

**MGA INGREDIENTS:**

- Hindi mataba na karne na hiniwa; 2 lbs.
- toyo; ¼ tasa
- Maanghang na sawsawan; 1 tsp
- Worcestershire Sauce; 1 tsp
- Pulbos ng sibuyas; ¼ tsp
- Bawang pulbos; ¼ tsp
- Paprika; ¼ tsp
- Usok ng likido; 1 tsp
- Paminta; ¼ tsp

**MGA TAGUBILIN:**

a) Ang mga piraso ng karne ay dapat na gupitin sa ¼ pulgada ang kapal at pinahiran ng lahat ng mga sangkap nang pantay-pantay. Hayaang nasa refrigerator magdamag ang marinated beef strips na ito.

b) Sa dehydrator, itakda ang temperatura sa 145 hanggang 155 degrees para sa 6 at 6 na oras.

# 35.Beef Jerky na may dalandan

**MGA INGREDIENTS:**

- Lean beef, taba na pinutol; 3 lbs.
- Kahel; 2 binalatan, 1 zest
- toyo; 3 tbs
- Suka ng bigas; 3 tbs
- Asukal; 2 tbs
- Langis ng linga; 3 tbs
- toasted sesame oil; 1 ½ tbs
- Asian chili garlic paste; 1 tsp
- sariwang luya, gadgad; 2 tbs

**MGA TAGUBILIN:**

a) Kunin ang blender at timpla ang pampalasa sa loob nito, ihalo nang mabuti. Gupitin ang karne ng baka, ¼ pulgada ang kapal at ihalo ito sa karne ng baka, i-marinate ito magdamag sa refrigerator.

b) Sa susunod na araw, ilabas ang karne ng baka at hayaan itong dumating sa normal na temperatura ng silid, at ilagay ito sa dehydrator tray pagkatapos sa isang layer.

c) I-on ang dehydrator sa 145 hanggang 160 degrees F sa loob ng 6 - 6 na oras sa pamamagitan ng pag-flip sa pagitan.

# 36.Pastrami Jerky

**MGA INGREDIENTS:**

- Lean beef; 3 lbs.
- toyo; ½ tasa
- kayumanggi asukal; ¼ tasa
- sarsa ng Worcestershire; ½ tasa
- Lemon juice; 1 tbs
- buto ng mustasa; 1 tbsp
- Mga buto ng kulantro; 2 tbsp
- Cayenne paminta; ½ tsp
- Mga buto ng magaspang na paminta; 2 tbsp

**MGA TAGUBILIN:**

a) Gupitin ang lean beef sa mga hiwa ng ¼ pulgada ang kapal. Paghaluin ang lahat ng mga sangkap hindi kasama ang lahat ng mga buto. Ibuhos ang timpla sa karne at hayaang magdamag sa refrigerator.

b) Kapag tapos na, dalhin muna ito sa temperatura ng silid at ilagay ito nang maayos sa tray ng dehydrator at iwiwisik ang mga buto dito. hayaan silang mag-dehydrate sa 145 hanggang 155 degrees sa loob ng 6-6 na oras.

# 37.Salmon Jerky na may teriyaki sauce

**MGA INGREDIENTS:**

- Salmon, walang buto; 1 ½ lb.
- Teriyaki sauce; ¼ tasa
- toyo; ¼ tasa
- MAPLE syrup; 1 tbs
- Dijon mustasa; 1 tsp
- Lime, pinipiga; 1
- Itim na paminta; ½ tsp

**MGA TAGUBILIN:**

a) Narito ang isang tip, bago hiwain ang salmon, i-freeze ito ng halos 1 oras. Kumuha ng isang mangkok at paghaluin ang lahat ng mga pampalasa, at haluing mabuti.

b) Isawsaw ang mga hiwa ng salmon sa pinaghalong at hayaan itong magbabad sa loob ng 3 oras. Ipagpag ang labis na likido at ilagay ang mga ito sa dehydrator tray.

c) Patuyuin ang salmon sa iyong dehydrator, at ilagay ito sa 155 degrees F sa loob ng 10 hanggang 12 oras.

# 38.Pinausukang Mexican Jerky

**MGA INGREDIENTS:**

- karne ng baka, taba trimmed; 2 lbs.
- toyo; ½ tasa
- sariwang dayap; 1 tasa
- Mexican beer; 1 tasa
- Chili powder; 1 tsp
- Chipotle peppers sa adobo sauce; 1-2 lata

**MGA TAGUBILIN:**

a) Paghaluin ang mga sangkap sa isang mangkok hindi kasama ang karne ng baka sa isang food processor at gawin itong makinis. Ibuhos ang halo sa karne ng baka at i-marinate ito ng 6 na oras sa refrigerator.

b) Dalhin ito sa temperatura ng silid at ilagay ang mga piraso nang hiwalay sa isang layer sa tray ng dehydrator. Hayaang magproseso ito ng 6-6 na oras sa 145 hanggang 160 degrees.

## 39.Turkey Jerky na may Red chili flakes

**MGA INGREDIENTS:**

- Turkey na walang balat at walang buto; 2 lbs.
- kayumanggi asukal; 3 tbs
- tinadtad na bawang; 2 tsp
- Mga pulang chili flakes; 2 tsp
- toyo; ¾ tasa

**MGA TAGUBILIN:**

a) Bago hiwain ang pabo, siguraduhing nagyelo ito at pagkatapos ay gupitin ang ¼ pulgadang makapal na mga hiwa. Paghaluin ang mga sangkap sa isang mangkok at isawsaw ang mga piraso dito upang sila ay pinahiran at inatsara.

b) Takpan ang inatsara na pabo ng isang kapit at iwanan ito ng magdamag sa refrigerator. Kapag 9one, ilagay ang mga hiwa sa dehydrator tray at hayaang matuyo ito sa 155 degrees sa loob ng 8 hanggang 6 na oras.

# 40.Harissa-flavored Beef Jerky

**MGA INGREDIENTS:**

- Lean beef, bilog ang mata; 3 lbs.
- kayumanggi asukal; 1 tbs
- asin
- kumin; 1 tbs
- Pinausukang paprika; 1 tbs
- kulantro; 1 tbs
- Bawang pulbos; 1 tbs
- Pulbos ng sibuyas; 2 tbs
- Cayenne paminta; ¼ tsp
- Chili powder; 1 tbs

**MGA TAGUBILIN:**

a) Gupitin ang bilog na mata ng baka sa makapal na piraso, hindi hihigit sa ¼ pulgada/. Paghaluin ang mga sangkap sa isang zip-lock bag, kalugin ito ng mabuti, at idagdag ang mga beef strips. Iwanan ito sa refrigerator magdamag.

b) Dalhin ang beef strip sa room temperature at ilagay ang strips sa dehydrator tray upang matuyo sa 145 hanggang 155 degrees sa loob ng 6 at 6 na oras.

# 41.Sweet and Spicy beef Jerky

**MGA INGREDIENTS:**

- karne ng usa o karne ng baka; 2 lbs.
- sarsa ng Sriracha; 1 tsp.
- toyo; 1 tsp
- Lemon juice; 1 tbs
- tinadtad na bawang; 1 tbs
- toyo; ½ tasa
- sarsa ng Worcestershire; ¼ tasa
- kayumanggi asukal; ½ tasa
- Katas ng pinya; ¼
- Itim na paminta; 1 tbs

**MGA TAGUBILIN:**

a) Hiwain ang frozen na karne o karne ng usa sa ¼-pulgadang makapal na piraso. Pagsamahin ang lahat ng mga sangkap, pagkatapos ay balutin ang mga piraso sa sarsa, takpan ang mga ito, at ilagay ang mga ito sa refrigerator.

b) Ayusin ang mga hiwa ng karne ng baka o karne ng usa sa mga dehydrator tray at tuyo sa 145 hanggang 155 degrees, humigit-kumulang anim hanggang anim na oras.

## 42.Worcestershire seasoned Beef Jerky

**MGA INGREDIENTS:**

- Lean beef; 2 lbs.
- pulot; 3 tbs
- Lemon juice; 1 tsp
- Pulang paminta flake; 1 tbs
- Teriyaki sauce; 1 tasa
- Pulbos ng sibuyas; 2 tsp
- Bawang pulbos; 2 tsp
- Giling na luya; 1 tsp
- Paprika; 1 tbs
- sarsa ng Worcestershire; 1 tasa

**MGA TAGUBILIN:**

a) Hatiin ang mga piraso sa ¼-pulgada ang kapal.
b) Pagsamahin ang mga sangkap, at i-marinate ang karne sa pinaghalong.
c) Takpan at ilagay sa refrigerator para sa gabi.
d) Ikalat ang mga hiwa ng baka sa mga tray ng dehydrator at tuyo sa 145 hanggang 155 degrees sa loob ng 6 hanggang 8 oras.

# 43.Beef Jerky na may Bawang

**MGA INGREDIENTS:**

- manipis na hiniwang karne ng baka; 2 lbs.
- toyo; ½ tasa
- sarsa ng Worcestershire; 3 tbs
- Latang coke; 1
- Bawang, durog; 7 clove
- Pulang mainit na sarsa; 2 tsp
- Sariwang katas ng dayap; 1 tsp
- Ketchup; 2 tbs

**MGA TAGUBILIN:**

a) Pagsamahin ang mga sangkap at i-marinate sa isang malaking mangkok. Ilagay ang karne sa zip-lock bag at ibuhos ang timpla. Iwanan ito sa refrigerator sa loob ng 4 hanggang 8 oras.

b) Ilagay ang mga ito sa dehydrating tray bilang isang solong layer sa loob ng 6 hanggang 8 oras sa 155 degrees F.

# 44.Pork Jerky at chipotle sauce

**MGA INGREDIENTS:**

- Tomato paste; 1 tbs
- Chipotle sauce; 7 oz.
- asin; 1 tsp
- Asukal; 1 tsp
- Baboy, hiniwa; 1 lb.

**MGA TAGUBILIN:**

a) Paghaluin ang tomato paste sa iba pang mga sangkap at ilagay ang lahat sa zip-lock bag. Palamigin ito sa loob ng 12 oras. Kapag tapos na, ilagay ito sa dehydrator tray sa 159 degrees na temperatura sa loob ng 6 na oras.

b) Tandaan na itago iyon malayo sa sikat ng araw.

## 45.Maalog na karne ng baka Bulgogi

**MGA INGREDIENTS:**

- Bilog at hiniwa ang karne ng baka; 2 lbs.
- kayumanggi asukal; 2tbs
- toyo; 4 tbs
- Bawang pulbos; 1 tbs
- Langis ng linga; 1 tbs
- asin

**MGA TAGUBILIN:**

a) Gupitin ang mga hiwa ng baka sa 5mm ang kapal. Ilagay ang karne ng baka sa zip-lock o isang plastic bag. Paghaluin ang iba pang mga sangkap sa mangkok at pagkatapos ay idagdag ito sa plastic bag at palamigin ito sa loob ng 12 oras.

b) Kapag tapos na, alisin ang labis na marinade at ilagay ang karne ng baka sa dehydrator tray sa 165 degrees at hayaang maproseso ito ng 6 na oras.

# 46.Lamb Jerky

**MGA INGREDIENTS:**

- Paminta
- Binti ng tupa, hiniwa; 3 lbs.
- Bawang pulbos; 1 tsp
- sarsa ng Worcestershire; 3 tbs
- toyo; ¼ tasa
- Pulbos ng sibuyas; 1 ½ tsp
- Oregano; 1 tbs

**MGA TAGUBILIN:**

a) Kumuha ng plastic bag at paghaluin ang lahat ng sangkap at ilagay sa isang plastic-sealed bag. Ilagay ito sa refrigerator sa loob ng 13 oras.

b) Itakda ang dehydrator sa 145 degrees para sa 6 na oras at ilagay ito sa dehydrator tray.

# 47.Pinausukang Bacon Jerky na may Herbs

**MGA INGREDIENTS:**

- Bacon, pinausukan; 10 hiwa
- Mga buto ng haras, lupa; 1 tsp
- Sage, tuyo; ¼ tsp
- Bawang pulbos; 1/8 tsp
- Pulbos ng sibuyas; 1/8 tsp
- Thyme, tuyo; ¼ tsp
- kayumanggi asukal; 1 tsp
- Mga natuklap na pulang paminta; ¼ tsp
- Black pepper flakes; 1/8 tsp

**MGA TAGUBILIN:**

a) Gawin ang tatlong bahagi ng mga hiwa ng bacon. Kumuha ng isang mangkok at paghaluin ang lahat ng mga sangkap sa loob nito, at haluing mabuti. Kapag tapos na, sa bacon, iwisik ang pampalasa.

b) Sa isang dehydrator, sa 165 degrees F, hayaan itong matuyo at malutong.

## 48.Lemon Fish Jerky

**MGA INGREDIENTS:**

- Cod fish fillet, hiniwa; 1 lb.
- lemon zest; 1 tsp
- Lemon juice; 1 tbs
- Dill; 1 tsp
- Garlic cloves gadgad; 1
- Langis ng oliba; 2 tbs
- asin

**MGA TAGUBILIN:**

a) Ilagay ang isda at ang iba pang sangkap sa selyadong bag. Iling mabuti at palamigin ng 4 na oras. Siguraduhin na ang isda ay may pantay na patong ng pinaghalong lahat.

b) Ipagpag ang sobrang timpla mula sa isda at hayaang matuyo ito sa pamamagitan ng paglalagay nito sa dehydrator tray. Itakda ang temperatura sa 145 F sa loob ng 8 oras.

c) Maaari itong maimbak nang hanggang 2 linggo.

# 49.Salmon Jerky

**MGA INGREDIENTS:**

- Salmon, hiniwa, 1 ¼ lbs.
- Lemon juice; 1 tbs
- Paminta
- Molasses; 1 tbs
- toyo; ¼ tasa

**MGA TAGUBILIN:**

a) Kumuha ng isang selyadong plastic bag at ilagay ang lahat ng sangkap at mga hiwa ng salmon. Paghaluin ang mga ito nang hiwalay at idagdag sa bag, siguraduhin na ang isda ay natatakpan ng pampalasa nang maayos.

b) Ilagay ang marinated salmon sa refrigerator sa loob ng 4 na oras. Pansamantala, itakda ang 145 degrees F at hayaan itong ma-dehydrate ng 4 na oras.

# 50.Venison Jerky

**MGA INGREDIENTS:**

- Ang balat ng karne ng usa, inihaw, at pilak ay dapat putulin; 1 lb.
- Asin at paminta
- pulot; 1 tbs
- Pulbos ng sibuyas; ¼ tsp
- Amino ng niyog; 4 tbs
- Mga natuklap na pulang paminta; ¼ tsp
- sarsa ng Worcestershire; 4 tbs

**MGA TAGUBILIN:**

a) Gupitin ang karne ng usa sa mga hiwa at ilagay ito sa isang mangkok. Sa isa pang mangkok, ihalo ang mga natitirang sangkap, ihalo nang mabuti at ibuhos sa mga hiwa. Hayaang maupo ang karne sa refrigerator sa loob ng isang araw, at patuloy na i-flip ito tuwing tatlo hanggang apat na oras upang maging mayaman sa lasa ang karne ng usa.

b) Sa isang dehydrator sa 160 degrees F, hayaang ma-dehydrate ang mga hiwa ng karne ng usa sa loob ng 4 na oras. Maaari itong itago sa isang selyadong bag nang humigit-kumulang 3 buwan at hanggang 2 linggo sa isang zip-lock na bag.

# 51.Cajun Pork Jerky

**MGA INGREDIENTS:**

- Pork tenderloin; 2 lbs.
- Old bay seasoning; 1 tbs
- pampalasa ng Cajun; 2 tsp
- sarsa ng Worcestershire; ¾ tasa
- toyo; ½ tasa
- Teriyaki sauce; 1/3 tasa
- Tubig; ½ tasa
- Chili powder; 1 tbs

**MGA TAGUBILIN:**

a) Bago hiwain ang mga hiwa, ilagay ang baboy sa refrigerator sa loob ng isang oras, at hiwain ang mga ito ng ¼ pulgada pagkatapos. Sa isang mangkok, paghaluin ang lahat ng mga sangkap at kalugin nang mabuti. Kumuha ng sealable bag at ilagay ang marinade pork dito at ilagay ito sa refrigerator.

b) Sa tulong ng isang tuwalya sa kusina, tapikin ang mga hiwa upang magbabad ng labis na marinade. Ilagay ang mga hiwa sa dehydrator sa paraang hindi sila magkakapatong. Hayaang maproseso ito ng 4 na oras sa 172 degrees.

# 52.Sriracha Maple beef Jerky

**MGA INGREDIENTS:**

- karne ng baka, sirloin steak; 1 lb.
- toyo; ½ tasa
- MAPLE syrup; ¼ tasa
- Sriracha mainit na sarsa; 1 tbs
- Itim na paminta; ¼ tsp

**MGA TAGUBILIN:**

a) I-freeze ang karne ng baka bago ito hiwain para sa matibay na pagputol, siguraduhing ¼ pulgada ang kapal nito.

b) Sa isang mangkok, idagdag ang lahat ng mga sangkap at hiwa ng karne ng baka, at ihalo nang mabuti.

c) Kumuha ng isang sealable na bag at ilagay ang lahat sa loob nito, at i-marinate ito magdamag o sa loob ng hindi bababa sa 10 oras. Kung sakaling wala kang sealable na bag, maaari mo lamang takpan ang mangkok gamit ang isang kumapit.

d) Kapag adobo, alisin ang sobrang timpla at ilagay ang mga hiwa sa dehydrator tray. Itakda ang temperate sa 172 at iproseso ito ng 6 hanggang 8 oras, suriin pagkatapos ng apat na oras.

e) Kapag tapos na, lutuin ito sa oven sa loob ng 6 na minuto sa 275 degrees pagkatapos takpan ito sa foil.

# 53.Mesquite Smoked jerky

**MGA INGREDIENTS:**

- Karne ng baka, bilog ang mata; 1 lb.
- toyo; 1 tasa
- asin
- Mga sibuyas ng bawang, tinadtad; 3
- Paprika, lupa; 1 tbs
- Ang likidong usok na puro; 2 tbs
- Naka-pack na brown sugar; ½ tasa

**MGA TAGUBILIN:**

a) Hiwain ang karne ng baka sa ¼ pulgada ang kapal. Siguraduhing i-freeze muna ito para madaling maputol ang karne ng baka. Paghaluin ang mga sangkap at ang karne ng baka sa isang mangkok at ilipat ang mga ito sa isang sealable na bag. I-marinate magdamag.

b) Ilagay ang parchment paper sa dehydrator tray at hayaang maproseso ito ng 7 hanggang 9 na oras sa 165 degrees. I-flip ang mga piraso sa kalahati.

# 54.Thai curry Pork jerky

**MGA INGREDIENTS:**

- Pork tenderloin; 1 lb.
- Thai red curry paste; 3 tbs.
- Patis; 2 tbs
- Tubig; 2 tbs
- asin
- sibuyas ng bawang; 1
- pulang curry paste; 3 tbs

**MGA TAGUBILIN:**

a) Kunin ang frozen na pork tenderloin at gupitin ito sa ¼ pulgadang hiwa. Sa isang malaking mangkok, idagdag ang lahat ng mga sangkap at hiwa, at ihalo ang mga ito ng mabuti. Ilagay ito magdamag sa refrigerator sa isang sealable bag.

b) Iwaksi ang sobrang marinade mula sa mga hiwa at ilagay ang mga ito sa dehydrator tray sa isang layer. Iproseso ito sa 172 degrees sa loob ng 6 hanggang 8 oras, i-flip ang mga hiwa pagkatapos ng 3 hanggang 4 na oras.

# 55.Pepper cod maaalog

**MGA INGREDIENTS:**

- Fillet ng bakalaw; 1 lb.
- Lemon juice; 1
- asin
- Bawang pulbos; 1 tsp
- Itim na paminta; 1 tsp
- Cayenne paminta; ½ tsp

**MGA TAGUBILIN:**

a) Gupitin ang cod fillet sa ¼-pulgadang makapal na hiwa at ihalo ito sa lahat ng iba pang sangkap. I-marinate ito ng hindi bababa sa 10 oras, para sa mas masarap na lasa, maaari mo itong ilagay sa refrigerator magdamag sa isang plastic bag.

b) Alisin ang sobrang timpla sa pamamagitan ng pag-alog ng mga hiwa o gumamit ng isang tuwalya ng papel upang bahagyang tapikin ito. Ilagay ang mga hiwa na ito sa iyong dehydrator tray at hayaang matuyo sila ng 6 hanggang 8 oras sa 172 degrees.

c) Kapag natuyo nang maayos, ilagay ito sa garapon.

# 56.Maalog na isda ng lemon pepper

**MGA INGREDIENTS:**

- haddock fillet; 1 lb.
- Lemon juice at zest; 1
- sibuyas ng bawang; 1 tinadtad
- asin
- Langis ng oliba; 2 tbs
- Paminta; 1 tbs

**MGA TAGUBILIN:**

a) Gupitin ang isda sa ¼ pulgadang hiwa. para doon, mas gusto ang frozen na isda. Kumuha ng isang mangkok, paghaluin ang lahat ng mga sangkap sa loob nito at idagdag ang mga hiwa ng isda mamaya. Hayaang mag-marinate magdamag sa refrigerator, na selyadong sa isang plastic bag.

b) Ilabas ito at kuskusin ang sobrang atsara mula sa isda. Ilagay ito sa dehydrator tray at hayaang matuyo ito sa 275 degrees sa loob ng 6 hanggang 8 oras.

# 57. Pinausukang Chicken Jerky

**MGA INGREDIENTS:**

- Dibdib ng manok at walang balat; 1 lb.
- Bawang pulbos; 1 tsp
- pulbos ng luya; 1 tsp
- Pinausukang asin; 1 tsp
- Lemon juice: 1 tsp
- Toyo, mababang sodium; ¾ tasa
- sarsa ng Worcestershire; 1 tbs
- Itim na paminta; 1 tsp
- Durog na pulang paminta; 1 tsp

**MGA TAGUBILIN:**

a) Gupitin ang mga piraso ng manok sa ¼ pulgada ang kapal at ilagay ang mga ito sa isang malaking mangkok kasama ang iba pang mga sangkap. Ilagay ang mga ito sa isang sealable bag at hayaang umupo ang marinade sa refrigerator.

b) Kapag tapos na sa pag-marinate, ilabas ito at tapikin ito ng kitchen towel para maalis ang sobrang timpla.

c) Ilagay ang mga ito sa dehydrator tray na may distansya at hayaan silang magproseso ng 6 hanggang 8 oras sa 165 degrees. i-flip sa kalahati.

# 58.Maalog ang talong

**MGA INGREDIENTS:**

- Mga talong; 1 lb.
- Teriyaki sauce; ½ tasa
- Tubig; 2 tbs
- Mga natuklap na pulang paminta; ½ tsp

**MGA TAGUBILIN:**

a) Hugasan ang mga eggplants at gupitin din ang mga ito sa mga hiwa
b) makapal o masyadong manipis. Balatan kung gusto mo kung hindi man
c) hindi kinakailangan. Paghaluin ang lahat ng sangkap sa isang mangkok at i-marinate ng maayos ang mga hiwa ng talong.
d) Sa dehydrator, itakda ang temperatura sa 165 degrees at iproseso ito ng 5 hanggang 7 oras.

# 59.Beef Soy Jerky na may bawang

**MGA INGREDIENTS:**

- Beef mata ng bilog; 2 lbs.
- toyo; 2/4 tasa
- sarsa ng Worcestershire; 1 tsp
- Bawang pulbos; 4 tsp
- kayumanggi asukal; ¼ tasa
- asin

**MGA TAGUBILIN:**

a) Gupitin ang mga hiwa ng karne ng baka, at gawin ang mga ito sa 5mm makapal na hiwa. Paghaluin ang toyo, sarsa ng Worcestershire, pulbos ng bawang, asukal na kayumanggi, atbp. para maging makinis na paste. Magdagdag ng mga hiwa ng karne ng baka sa pinaghalong at i-marinate ito sa pamamagitan ng paglalagay nito sa refrigerator magdamag, na nakabalot sa isang plastic bag.

b) Ilagay ito sa dehydrator tray kapag tapos na sa 165 degrees at iproseso ito sa loob ng 6 na oras.

## 60.Jamaican Jerky

**MGA INGREDIENTS:**

- Karne ng baka, bilog ang mata, 2 lbs.
- asin; 2 tsp
- Itim na paminta; 2 tsp
- sariwang dayap; ½ tasa
- All-specie; 1 tsp
- sibuyas ng bawang; 4
- Luya; 2 tsp
- Maitim na kayumanggi asukal; 2 tbs
- Distilled white wine; ½ tasa
- Pinausukang paprika; ½ tsp
- Pulbos ng sibuyas; 2 tsp
- Pinatuyong thyme; 2 tsp
- Cayenne pepper: 1 tsp
- kanela; ½ tsp

**MGA TAGUBILIN:**

a) Gupitin ang mga hiwa ng baka sa mga butil at gawin ang mga ito sa 5mm makapal na hiwa. Paghaluin ang mga sangkap upang makagawa ng isang makinis na i-paste. Ilapat ito sa mga hiwa ng karne ng baka at i-marinate ito sa pamamagitan ng paglalagay nito sa refrigerator magdamag, na nakabalot sa isang plastic bag.

b) Ilagay ito sa dehydrator tray kapag tapos na sa 165 degrees at iproseso ito sa loob ng 6 na oras.

# 61.Buffalo Beef jerky

**MGA INGREDIENTS:**

- Sarsa ng pakpak ng kalabaw; 1 tasa
- asin
- Karne ng baka, bilog ang mata; 2 lbs.

**MGA TAGUBILIN:**

a) Kunin ang karne ng baka at gupitin ito sa mga hiwa na may kapal na 5mm. Paghaluin ang buffalo wing sauce at asin. Ilapat ito sa mga hiwa ng karne ng baka at i-marinate ito sa pamamagitan ng paglalagay nito sa refrigerator magdamag, na nakabalot sa isang plastic bag.

b) Ilagay ito sa dehydrator tray kapag tapos na sa 165 degrees at iproseso ito sa loob ng 6 1o 8 oras.

## 62.Brazilian BBQ Jerky

**MGA INGREDIENTS:**

- Karne ng baka, tuktok na bilog; 2 lbs.
- Kumin, lupa; 2 tsp
- Oregano, tuyo; 2 tsp
- kulantro; lupa; 1 tsp
- Itim na paminta; 1 tsp
- Langis ng oliba; ½ tasa
- Katas ng dayap; ½ tasa
- asin
- Sibuyas na pulbos: 1 tsp
- Pulang paminta durog; 1 tsp
- Mga sibuyas ng bawang, gadgad; 4

**MGA TAGUBILIN:**

a) Gupitin ang mga hiwa ng karne ng baka, at gawin ang mga ito sa 5mm makapal na hiwa.

b) Pagsamahin ang cumin, oregano, pulbos ng sibuyas, kulantro, asin, paminta, at iba pang sangkap upang makagawa ng makinis na paste.

c) Ilagay ang pinaghalong hiwa ng karne ng baka at i-marinate ito sa pamamagitan ng paglalagay nito sa refrigerator magdamag, na nakabalot sa isang plastic bag.

d) Ilagay ito sa dehydrator tray kapag tapos na sa 165 degrees at iproseso ito sa loob ng 6 na oras.

## 63.Sweet Heat Jerky

**MGA INGREDIENTS:**

- Beef mata ng bilog; 2 lbs.
- Dijon mustasa; 4 tbs
- asin
- Pulbos ng sibuyas; 1 tbs
- Chile pulbos; 1 tbs
- Bawang pulbos; 1 tsp
- Cayenne powder; 1 tbs
- Pinausukang paprika; 4 tsp
- kayumanggi asukal; 6 tbs
- Ketchup; ½ tasa
- toyo; ½ tasa
- sarsa ng Worcestershire; ¼ tasa

**MGA TAGUBILIN:**

a) Gupitin ang mga hiwa ng karne ng baka, at gawin ang mga ito sa 5mm makapal na hiwa. Paghaluin ang mga sangkap upang makagawa ng isang makinis na i-paste.

b) Ilapat ito sa mga hiwa ng karne ng baka at i-marinate ito sa pamamagitan ng paglalagay nito sa refrigerator magdamag, na nakabalot sa isang plastic bag.

c) Ilagay ito sa dehydrator tray kapag tapos na sa 165 degrees at iproseso ito sa loob ng 6 na oras.

# 64.Pinausukang Salmon Jerky

**MGA INGREDIENTS:**

- Salmon; 1 ¼ lb.
- Molasses; 1 tbs
- Lemon juice, sariwang kinatas; 1 tbs
- Itim na paminta; 2 tsp
- Usok ng likido; 1 tsp
- toyo; 1 ¼ lb.

**MGA TAGUBILIN:**

a) Gupitin ang salmon fish sa ¼-pulgadang makapal na hiwa. sa isang mangkok, paghaluin ang toyo, molasses, lemon juice, paminta, at likidong usok.

b) Ilapat ito sa mga hiwa ng isda at i-marinate ang mga ito sa pamamagitan ng paglalagay ng mga ito sa refrigerator magdamag, na nakabalot sa isang plastic bag.

c) Ilagay ito sa dehydrator tray kapag tapos na sa 145 degrees at iproseso ito sa loob ng 8 oras.

# 65.Cajun Cod Jerky

**MGA INGREDIENTS:**

- Alaskan cod filet; 1 lb.
- Lemon, tinadtad; 1
- Bawang pulbos; 1 tsp
- asin
- Itim na paminta; ½ tsp
- Pulbos ng sibuyas; 1 tsp
- Paprika; 1 tsp
- Cayenne paminta; ¼ tsp

**MGA TAGUBILIN:**

a) Hiwain ang bakalaw na may ¼ kapal sa mga butil. Haluing mabuti ang mga sangkap at ibuhos sa isda.

b) Siguraduhin na ang bawat hiwa ay natatakpan ng pinaghalong. I-marinate ito sa pamamagitan ng paglalagay nito sa refrigerator magdamag, na nakabalot sa isang plastic bag.

c) Ilagay ito sa dehydrator tray kapag tapos na sa 145 degrees at iproseso ito ng 8 hanggang 10 oras.

# MGA PRUTAS, GULAY, AT MGA KALAT

# 66.Chocolate Banana Leather

**MGA INGREDIENTS:**

- saging; 4
- pulbos ng kakaw; 2 tbs
- kayumanggi asukal; 1 tbs

**MGA TAGUBILIN:**

a) Gumawa ng katas ng saging at magdagdag ng cocoa powder
b) at brown sugar. Haluing mabuti at ibuhos sa dehydrator tray.
c) Hayaang ma-dehydrate ito ng 10 oras sa 130 degrees, i-flip ang mga ito sa kalahati at iproseso ito sa natitirang oras. gawin ang mga rolyo sa pamamagitan ng pag-scrape sa kanila.

# 67.Balat ng prutas ng Apple fig

**MGA INGREDIENTS:**

- Hugasan na igos; 10 hinog
- mansanas; Inalis ang 2 core
- Katas ng kahel; 1 tasa

**MGA TAGUBILIN:**

a) Sa isang kasirola, ilagay ang lahat ng sangkap at pakuluan. Hayaang kumulo sandali at bawasan ang apoy ng humigit-kumulang 30 minuto.

b) Kapag tapos na, timpla ang mga ito upang maging katas at ibuhos ang isang manipis na layer sa dehydrator tray. Hayaang ma-dehydrate ito sa 125 degrees sa loob ng 6 hanggang 8 oras.

## 68.Dehydrated Chives

**MGA INGREDIENTS:**

- Chives

**MGA TAGUBILIN:**

a) Gupitin ang mga chives sa 1 ½ pulgada at ikalat ang mga ito sa
b) tray ng dehydrator. Hayaang matuyo ito sa 95 degrees sa loob ng 3 hanggang 5 oras.

## 69.Strawberry spicy fruit leather

**MGA INGREDIENTS:**

- Mga strawberry, tinadtad at hinukay; 1 lb.
- Jalapeno o serrano pepper; 1 (walang buto)
- Lemon juice; 1 tbs
- Granulated na asukal; 1/3 tasa

**MGA TAGUBILIN:**

a) Gawin ang strawberry puree at magdagdag ng lemon juice at paminta.
b) Haluing mabuti at ibuhos ito sa dehydrator tray sa strip form na may 1/8 inch na kapal.
c) Itakda ang temperatura sa 140 at hayaang matuyo ito ng 6 hanggang 8 oras.

## 70.Balat ng Peach

**MGA INGREDIENTS:**

- Mga milokoton, hiniwa; 3
- Mga aprikot; hiniwa; 3
- Asukal; 1 tbs

**MGA TAGUBILIN:**

a) Ilagay ang parehong prutas sa isang palayok, budburan ito ng asukal, at ilagay sa mababang init. Kapag natunaw, ihalo nang mabuti, alisin ang mga ito sa burner at hayaang lumamig.

b) Kapag tapos na, timpla ito upang maging katas at ibuhos ang timpla sa isang fruit roll sheet at ilagay ito sa dehydrator.

c) Hayaang matuyo ito sa 165 degrees sa loob ng 8 oras. Kapag ito ay tapos na, hayaan itong lumamig sa temperatura ng silid bago ito itago sa isang lalagyan.

## 71.Mga hiwa ng kendi ng pakwan

**MGA INGREDIENTS:**

- Fleur de sel
- Pakwan; 1

**MGA TAGUBILIN:**

a) Gupitin ang pakwan at alisin ang mga balat. Siguraduhin na ang mga hiwa ay 1/8 pulgada lamang ang kapal.

b) Ilagay ang mga ito sa tray ng dehydrator at iwiwisik ang mga ito ng fleur de sel.

c) Hayaang matuyo ang mga ito sa 135 degrees sa loob ng 18 oras.

## 72.Honey Peaches na may bourbon

**MGA INGREDIENTS:**

- Peach, hiniwa na may inalis na core; 1
- Bourbon; 3
- pulot; ¼ tasa
- Mainit na tubig; ¼ tasa

**MGA TAGUBILIN:**

a) Ilagay ang mga hiwa ng prutas sa isang sealable na bag. Kumuha ng isang mangkok at paghaluin ang pulot at mainit na tubig hanggang sa matunaw nang maayos ang pulot. Kapag tapos na, ibuhos ang bourbon, palisin ito at hayaan itong lumamig, ibuhos ito sa bag. Sa loob ng 4 na oras, hayaan silang mag-marinate pareho.

b) Ilagay ang mga hiwa na ito pagkatapos ng oras na iyon sa dehydrator tray sa 145 degrees at iproseso ang mga ito sa loob ng 16 na oras. Ito ay maaaring maimbak ng 10 araw.

## 73. Black at Blueberry fruit leather

**MGA INGREDIENTS:**

- Blueberries; 1 lb.
- Blackberries; ½ tasa
- MAPLE syrup; 1 tbs

**MGA TAGUBILIN:**

a) Paghaluin ang lahat ng mga sangkap at gumawa ng isang makinis na katas.

b) Salain ito sa pamamagitan ng isang mesh strainer sa tulong ng a

c) goma spatula. Sa fruit roll sheet, mag-spray ng non-stick spray at ibuhos ang katas. Ikalat ito nang pantay-pantay at ilagay ang tray sa dehydrator.

d) Iproseso ito sa 165 degrees sa loob ng 6 hanggang 10 oras halos. Siguraduhin na ang katas ay natuyo nang maayos mula sa gitna.

# 74.Grape Maple fruit leather

**MGA INGREDIENTS:**

- Plum; 6
- ubas; walang binhi
- MAPLE syrup; 1 tsp
- Tubig; ½ tasa

**MGA TAGUBILIN:**

a) Balatan at alisin ang core ng mga plum. Magluto ng mga plum

b) at mga ubas sa mahinang apoy nang hindi bababa sa 15 minuto o hanggang lumambot.

c) Kapag tapos na, haluin ang lahat sa mababang bilis at i-filter ang mga ito upang makagawa ng makinis na katas.

d) Itakda ang temperatura sa 165 at i-dehydrate ito ng 6 hanggang 10 oras.

## 75.Dehydrating Sweet Pepper

**MGA INGREDIENTS: ,**

- Bell pepper; hugasan, gupitin ng maayos, at tanggalin ang buto

**INSTRUCTIONS: ,**

a) Gupitin ang bell pepper sa mga piraso at kalahati. Siguraduhin na sila
b) hugasan ng maayos at ilagay ang mga ito sa single later dehydrator
c) mga sheet. Itakda ang dehydrator sa 125 hanggang 135 degrees hanggang sa maging malutong, aabutin ito ng humigit-kumulang 12 hanggang 24 na oras at higit pa. Subukang huwag gupitin ang mas maliliit na piraso.
d) Kapag sila ay tapos na, ang mga ito ay handa na upang mag-imbak at sila ay lumiit sa tatlong tasa at tatagal ng isang taon sa pantry.
e) Maaari kang palaging mag-rehydrate sa pamamagitan lamang ng paglalagay nito sa bagay na iyong niluluto nang hindi kumukulo o gumagawa ng anumang bagay.

# VEGAN DEHYDRATED RECIPES

## 76.Dehydrat ed tofu

**MGA INGREDIENTS:**

- Tofu

**MGA TAGUBILIN:**

a) Available ang tofu sa iba't ibang texture firm, semi-firm, o sobrang firm. Piliin ang isa na pinakagusto mo at alisan ng tubig ang tubig mula dito.

b) Gupitin ang mga ito sa mga hiwa na hindi makapal o manipis. Ilagay ang sa dehydrator tray sa isang layer at i-dehydrate ang mga ito sa loob ng 3 hanggang 6 na oras sa 155 degrees.

## 77. Dehydrated tofu chicken

**MGA INGREDIENTS:**

- Tofu; 250 g
- Precooked Chicken; 1 piraso ng dibdib
- Mga pampalasa anumang

**MGA TAGUBILIN:**

a) Kumuha ng matigas na tofu o i-freeze ito saglit upang ito ay maputol nang husto. Hiwain ito pagkatapos upang ma-dehydrate ito o maaari mong hiwain sa maliliit na piraso. Ilagay ang mga ito sa isang mangkok at ihalo sa pampalasa anumang gusto mo. Hiwain ang precooked na manok at idagdag ito pagkatapos.

b) Ihanay ang tray ng dehydrator gamit ang parchment sheet at ilagay ang chicken-tofu mixture sa dehydrator tray. Iproseso ito sa 135 degrees sa loob ng 8 oras.

## 78.pulang lentil na sili

**MGA INGREDIENTS:**

- Langis; 1 tbs
- Mga sibuyas; 1 tasa diced
- Bell pepper; 1 diced
- asin
- Mga sibuyas ng bawang; 5
- Zucchini, hiniwa; 2 tasa
- Chili powder; 3 tbs
- Kumin lupa; 1 tbs
- Mga inihaw na diced na kamatis; 1 lata ng 14 oz.
- Kidney beans; 1 lata ng 14 oz.
- Tomato paste; 2 tbs
- Sabaw ng gulay; 2 tasa
- Mga pulang lentil; 1 tasa
- Asukal; 1 tsp

**MGA TAGUBILIN:**

a) Init ang mantika sa kawali at igisa ang asin, sibuyas at paminta. Hayaan silang maging ginintuang at pagkatapos ay idagdag ang zucchini at lutuin hanggang lumambot. Haluing mabuti ang mga ito at idagdag ang bawang, kumin, at sili at lutuin ng 30 segundo.

b) Susunod na magdagdag ng mga kamatis, beans, sabaw at pukawin ang mga ito hanggang sa pagsamahin. Hayaang kumulo at magdagdag ng lentil pagkatapos. Pakuluan din ito ng 20 minuto hanggang lumambot ang lentil. Magdagdag ng asukal sa susunod at ihalo muli.

c) Kapag tapos na, ikalat ito sa dehydrator tray na nilagyan ng parchment sheet sa isang manipis na layer. Hayaang ma-dehydrate ito sa 135 degrees sa loob ng 8 hanggang 12 oras.

# 79.Pinatuyong Thai green curry

**MGA INGREDIENTS:**

- Pinatuyong bigas; precooked; ½ tasa
- pinatuyong giniling na manok; ¼ tasa o Tofu kung sakaling ikaw ay vegan
- Pinatuyong gulay, halo-halong; ¼
- Green curry paste; ¼ tasa tuyo
- Gatas ng niyog na pulbos; 3 tbs

**MGA TAGUBILIN:**

a) I-dehydrate ang curry paste sa 135 degrees sa loob ng 6 hanggang 7 oras.

b) Ihanda ang manok ayon sa Thai green curry. Bilang alternatibo, maaari mo ring gamitin ang tofu para sa manok. Pagsamahin ang lahat ng sangkap sa isang tubig at ibabad ang mga ito ng 5 minuto at pakuluan.

c) Ilipat ang mga ito sa isang insulated cozy at hayaan silang maisama sa loob ng 15 minuto.

# 80.Thai red curry

**MGA INGREDIENTS:**

- Pinatuyong bigas; ½ tasa
- Pinatuyong tofu; ¼ tasa
- Pinaghalong gulay; ½ tasa
- Pinatuyong pulang curry paste; ¼ tasa
- Gatas ng niyog na pulbos; 3 tbs
- Tubig para i-rehydrate; 2 tasa

**MGA TAGUBILIN:**

a) Ikalat ang curry paste sa dehydrator tray at tuyo sa loob ng 6 hanggang 7 oras sa 135 degrees.
b) Pagsamahin ang lahat ng sangkap sa tubig at ibabad ng 5 minuto.
c) Dalhin ang mga ito sa isang pigsa at ilipat ang mga ito sa isang insulated cozy. Hayaang isama ang mga ito sa loob ng 15 minuto.

# 81.Eggfruit lemon curd

**MGA INGREDIENTS:**

- Katamtamang talong; 1
- Granulated na asukal; ¾ tasa
- Vegan butter, 2 tbs na natunaw
- Lemon zest, 2/3 tasa
- Patatas na almirol; 1 tbs
- Vanilla extract; ½ tsp
- asin

**MGA TAGUBILIN:**

a) Kunin ang talong at balatan ito. sa isang blender iproseso ito kasama ang iba pang mga sangkap at gawin itong katas. linya ng isang dehydrator tray at linya na may non-stick sheet.

b) Ibuhos ang timpla dito kung ano ito o maaari mo itong ibuhos sa isang piping bag at gumawa ng mga droplet.

c) Mag-dehydrate sa 110 degrees sa loob ng 12 oras.

# 82.Dried Coconut bacon

**MGA INGREDIENTS:**

- Mga natuklap ng niyog; 2 tasa
- Langis ng oliba; 1 tbs
- Braggs likido amino; 1 tbs
- MAPLE syrup; 1 tbs
- Apple cider vinegar; 2 tsp
- Usok ng likido; 1 tsp
- Pinausukang paprika; 1 tsp
- asin

**MGA TAGUBILIN:**

a) Paghaluin ang lahat ng mga sangkap nang lubusan sa isang malaking mangkok kasama ang mga coconut flakes.

b) Sa tulong ng iyong mga kamay upang dahan-dahang paghaluin ang mga sangkap upang ang mga natuklap at maayos na maipasok ang atsara sa kanila.

c) Ikalat ang mga natuklap na ito sa dehydrator sheet at iproseso ang mga ito sa 125 degrees sa loob ng 12 hanggang 24 na oras. kapag tapos na, hayaang lumamig para maging malutong nang maayos.

# 83.Vegan at walang laman na paminta

**MGA INGREDIENTS:**

- Pinatuyong bigas; ½ tasa
- Pinatuyong green lentil chill; ¼ tasa
- Pinatuyong kampanilya paminta; ¼ tasa
- Mga karot; 1 kutsara; natuyo
- Zucchini, tuyo; 1 tbs
- Balat ng sarsa ng kamatis; 2 tbs
- Tubig para ma-rehydrate

**MGA TAGUBILIN:**

a) I-dehydrate ang precooked rice.
b) Pagsamahin ang lahat ng mga sangkap at hayaang magbabad ang tubig sa loob ng 5 minuto.
c) Sa isang magaan na apoy at dalhin ang mga ito sa pigsa para sa isang minuto.
d) Ibuhos ito sa isang insulating cozy.
e) Hayaang umupo ng isa pang 20 minuto o higit pa kung mayroon kang oras.

# 84. Tomato bisque

**MGA INGREDIENTS:**

- Langis ng oliba; 1 tbs
- Dilaw na sibuyas; 1 daluyan
- Mga sibuyas ng bawang; 3 tinadtad
- asin
- Stock ng gulay; 4 na tasa
- Mga kamatis na inihaw sa apoy; 1 lata ng 28 oz.
- Mga kamatis na pinatuyong araw; ½ tasa
- Mga hilaw na kasoy; ½ tasa
- Nutritional yeast; 2 tbs
- Balsamic na suka; 1tbs
- Itim na paminta, lupa; ½ tsp
- Julienned sariwang basil; ½ tasa

**MGA TAGUBILIN:**

a) Sa isang pressure cooker, init ang mantika at itakda ang mga ito sa saute function.

b) Magdagdag ng sibuyas at bawang lutuin hanggang lumambot, aabutin ng 5 minuto at budburan ng asin. Ipagpatuloy ang pagluluto ng 10 minuto at pantay na kayumanggi at karamelo.

c) Ibuhos sa stock ng gulay, parehong uri ng mga kamatis, kasoy, nutritional yeast, suka, at black pepper. Magluto sa presyon ng 8 minuto at bitawan ang singaw. Hayaang lumamig at ihalo sa processor para maging makinis na katas.

d) Ibuhos ito sa silicon mesh na may linya sa dehydrator tray at iproseso sa 135 degrees sa loob ng 8 hanggang 10 oras.

# 85.Mango salsa couscous salad

**MGA INGREDIENTS:**

- couscous; 1 tasa
- Tubig; 1 ½ tasa
- Dehydrated na mangga; 2/3 tasa
- Inihanda na salsa; ¾ tasa
- Kumin sa lupa; 2 tsp
- Curry powder; 1 tsp

**MGA TAGUBILIN:**

a) I-dehydrate ang mangga at pakuluan.
b) Haluin ang couscous, salsa, mangga, cumin, at curry powder.
c) Maglagay ng takip sa itaas at pakuluan ito sa mahinang apoy hanggang sa ganap na masipsip ang tubig.
d) Alisin mula sa init at hayaang pagsamahin ng 5 hanggang 10 minuto.

# 86.Mahallo Macadamia quinoa pilaf

**MGA INGREDIENTS:**

- Tubig; 2 1/3 tasa
- Hibiscus blossom tea bags; 6 tuyo
- Gatas ng taba ng niyog; 1 lata ng 14 oz.
- asin; ½ tsp
- Beet puree; ½ tasa
- Raw quinoa; 2 tasa
- Macadamia nuts; 1 tasa
- Langis ng niyog; 1 tbs
- Matamis na sibuyas; 1
- Mga sibuyas ng bawang; 4
- Ground black pepper; ¼ tsp
- Scallion; 1 malaki at hiniwa ng manipis

**MGA TAGUBILIN:**

a) Dalhin ang hibiscus blossom tea sa isang pigsa sa isang palayok at alisin sa init pagkatapos. Hayaang matarik ang tsaa sa loob ng 30 minuto, pagkatapos ay pisilin ang mga bag ng tsaa. Ibalik ang palayok sa init at magdagdag ng gata ng niyog, beet puree, asin.

b) Pakuluan muli ang mga ito at idagdag ang quinoa sa susunod. Pahinain ang apoy upang hayaan itong kumulo sa pamamagitan ng pagtakip dito. lutuin ang mga ito ng 20 minuto o hanggang masipsip ng quinoa ang mga likido pagkatapos ay patayin ang apoy.

c) Inihaw ang macadamia nuts nang hiwalay sa isang kawali at itabi. Init ang mantika at igisa ang natitirang sangkap. Paghaluin ang mga ito sa mga mani at lutong quinoa. Haluin hanggang sila ay maisama.

d) Hayaang lumamig at ikalat ang sa dehydrator tray na may parchment sheet. Patuyuin ang mga ito sa 145 degrees sa loob ng 8 oras.

## 87.Raw C innamon Rolls

Gumawa ng s : 3-5

**MGA INGREDIENTS:**

- 15 organic na petsa, pitted
- 4 na malalaking hinog na organic na saging
- 1/2 tsp organic cinnamon
- Opsyonal: Vanilla
- Opsyonal: Isang karagdagang pampalasa

**Mga direksyon**

a) Hiwain ang mga saging patayo sa 3 piraso bawat isa.

b) Budburan ang mga saging na may kanela at ilagay ang mga ito sa isang dehydrator sa 115F para sa 6-8 na oras.

c) Idagdag ang lahat ng mga petsa sa isang high speed blender na may isang dash ng cinnamon, opsyonal na vanilla, at tubig .

d) Kapag ang mga saging ay maaaring mahawakan nang hindi nasira, ngunit hindi ganap na tuyo, kumuha ng mga hiwa at ikalat ang karamelo sa kanila.

e) Pagulungin ang saging na may karamelo sa paligid upang bumuo ng isang roll. Itaas ang mga rolyo na may higit pang date caramel kung gusto. Budburan ang tuktok na may kanela.

f) Ilagay muli sa dehydrator sa loob ng 6 na oras hanggang sa magpainit.

# 88.Na-dehydrate ang mga breadcrumb

**MGA INGREDIENTS:**

- Mga hiwa ng tinapay

**MGA TAGUBILIN:**

a) Madali ang pag-dehydrate ng mga breadcrumb. Kailangan mong kunin ang lumang tinapay at ilagay sa dehydrator tray at iproseso ito sa 125 degrees sa loob ng 4 na oras. Ang oras na ito ay hindi naayos, kailangan mong iproseso ang mga ito hanggang sa maging malutong.

b) Kapag natuyo nang maayos, iproseso ang mga ito sa mga food processor para maging mga mumo.

# 89.Banana Flax Crepes

Gumagawa ng: 4 na CREPES

**MGA INGREDIENTS:**

- 1 tasang minasa na saging, naka-pack (2 buo)
- ½ tasa ng flax meal
- ½ tasa ng tubig, o kung kinakailangan

**MGA TAGUBILIN**

a) Ilagay ang saging sa ilalim ng isang high-speed blender. Idagdag ang flax meal at tubig, at timpla hanggang makinis.

b) Ikalat ang pinaghalong pantay-pantay sa isang may linya na 14-pulgada na dehydrator tray.

c) Mag-dehydrate ng 4 hanggang 6 na oras sa 104°F, o hanggang sa ganap na matuyo.

## 90.Pinatuyong Winter Squash

**MGA INGREDIENTS:**

- Winter Squash

**MGA TAGUBILIN:**

a) Gupitin ang kalabasa at alisin ang mga buto at balat.
b) Ilagay ang mga ito sa isang dehydrator tray at tuyo ang mga ito sa loob ng 10 hanggang 12 oras sa 125 degrees.

## 91.Apple Crepes

Gumagawa ng: 4 WRAPPERS

**MGA INGREDIENTS:**

- 1 tasa ng core at diced na mansanas
- ½ tasa ng flax meal
- 2 kutsarang agave syrup
- ½ tasa ng tubig, o kung kinakailangan

**MGA TAGUBILIN**

a) Ilagay ang mga mansanas sa ilalim ng isang high-speed blender. Idagdag ang flax meal, agave, at tubig. Haluin hanggang makinis.
b) Ikalat ang pinaghalong pantay-pantay sa isang may linya na 14-pulgada na dehydrator tray.
c) Mag-dehydrate ng 4 hanggang 6 na oras sa 104°F, o hanggang sa ganap na matuyo. Maaari mo ring i-flip ang crepes, alisan ng balat ang liner, at Dehydrate ng isa pang ilang oras hanggang sa matuyo.

## 92.Brazil Nut-Banana Pancake

Gumagawa ng: 6 PANCAKES

**MGA INGREDIENTS:**

- 2 tasang minasa na saging, nakaimpake (3 buo)
- 1 tasa Brazil nuts, naproseso sa isang pulbos
- 1 tasa ng flax meal
- 2 kutsarita ng giniling na kanela
- 1 tasang sinala na tubig, o kung kinakailangan

**MGA TAGUBILIN**

a) Ilagay ang saging sa ilalim ng isang high-speed blender. Idagdag ang naprosesong Brazil nuts, flax meal, cinnamon, at tubig. Haluin hanggang makinis.

b) Ilagay ang ½ tasa ng pinaghalong sa anim na bilog sa dalawang may linyang 14-pulgada na dehydrator tray (apat sa isang tray, ang natitirang dalawa sa pangalawang tray). Ikalat sa mga hugis ng pancake.

c) Mag-dehydrate ng 5 hanggang 7 oras sa 104°F. I-flip, alisan ng balat ang Paraflexx lining, at Dehydrate para sa isa pang 2 hanggang 4 na oras, sa nais na pare-pareho.

d) Ihain kasama ng paborito mong jam, sarsa, o syrup.

# 93.Spinach Quiche

Gumagawa: 4 Servings

**MGA INGREDIENTS:**

- 1 recipe Quiche Crust , na-dehydrate ayon sa itinuro
- 1 tasang hiniwang dilaw na sibuyas
- 1 kutsarita Nama Shoyu o Bragg Liquid Aminos
- 2 kutsarita ng bawang (2 cloves)
- 1 kutsarita ng asin sa dagat
- 2 tasang sunflower seeds
- ¼ tasa ng lemon juice (mula sa 2 lemon)
- ½ hanggang ¾ tasa ng sinala na tubig, kung kinakailangan
- 3 tasang spinach, hugasan ng mabuti at mahigpit na nakaimpake

**MGA TAGUBILIN**

a) Una, ilagay ang sibuyas sa isang mangkok na may Nama Shoyu, at i-marinate nang hindi bababa sa 20 minuto upang lumambot.

b) Ilagay ang bawang at asin sa isang food processor, at iproseso ang bawang sa maliliit na piraso. Idagdag ang mga buto ng mirasol; iproseso sa maliliit na piraso. Magdagdag ng lemon juice at tubig, kung kinakailangan, upang makagawa ng isang makapal na pagkakapare-pareho na katulad ng sa cottage cheese.

c) Idagdag ang mga sibuyas na may marinade nito at ang spinach; pulso nang mahina upang paghaluin ang pagpuno. Sumandok sa Quiche Crust.

d) Mag-dehydrate ng 2 hanggang 4 na oras sa 104°F at ihain nang mainit.

## 94.Asparagus-Mushroom Quiche

Gumagawa: 4 Servings

**MGA INGREDIENTS:**

- 1 recipe Quiche Crust , na-dehydrate ayon sa itinuro
- 2 kutsarita ng bawang (2 cloves)
- 1 kutsarita ng asin sa dagat
- 2 tasang kasoy
- ¼ tasa ng lemon juice (mula sa 2 lemon)
- ½ hanggang ¾ tasa ng sinala na tubig, kung kinakailangan
- 1 tasa na hiniwa ng manipis at tinadtad na asparagus
- 2 tasang hiniwang mushroom (anumang uri)

**MGA TAGUBILIN**

a) Ilagay ang bawang at asin sa isang food processor, at iproseso ang bawang sa maliliit na piraso.

b) Idagdag ang cashews; iproseso sa maliliit na piraso. Idagdag ang lemon juice at tubig, kung kinakailangan, upang makagawa ng isang makapal na pagkakapare-pareho na katulad ng sa cottage cheese.

c) Idagdag ang asparagus at mushroom; pulso nang mahina upang paghaluin ang pagpuno. Sumandok sa iyong Quiche Crust.

d) Mag-dehydrate ng 2 hanggang 4 na oras sa 104°F at ihain nang mainit.

## 95.Broccoli-Cheddar Quiche na May Coconut Bacon

Gumagawa: 4 Servings

**MGA INGREDIENTS:**

- 1 recipe Quiche Crust , na-dehydrate ayon sa itinuro
- 2 kutsarita ng bawang (2 cloves)
- 1 kutsarita ng asin sa dagat
- 2 kutsarita ng turmerik, para sa kulay (opsyonal)
- 2 tasang sunflower seeds
- ¼ tasa ng lemon juice (mula sa 2 lemon)
- ½ hanggang ¾ tasa ng sinala na tubig, kung kinakailangan
- 1 tasa ng broccoli florets, pinaghiwa-hiwalay
- 2 tasang tinadtad na Coconut Baconor Eggplant Bacon

**MGA TAGUBILIN**

a) Ilagay ang bawang, asin, at turmerik (kung ginagamit) sa isang food processor, at iproseso ang bawang sa maliliit na piraso. Idagdag ang mga buto ng mirasol; iproseso sa maliliit na piraso. Idagdag ang lemon juice at tubig, kung kinakailangan, upang makagawa ng isang makapal na pagkakapare-pareho na katulad ng sa cottage cheese.

b) Idagdag ang broccoli at pulso nang bahagya upang paghaluin ang pagpuno. Sumandok sa iyong Quiche Crust. Budburan ang Coconut Bacon bits.

# 96.Mga Biskwit na Buckwheat

Gumagawa: 4 Servings

**MGA INGREDIENTS:**

- 2 tasang Buckwheat Crispies
- ¼ tasa ng gintong flaxseed
- ¼ tasa ng langis ng oliba
- 1 kutsarita ng asin sa dagat
- 1½ tasang sinala na tubig

**MGA TAGUBILIN**

a) Gilingin ang Buckwheat Crispies sa isang pulbos, pagkatapos ay ilagay sa isang food processor. Pagkatapos ay gilingin ang flaxseeds sa isang pulbos at idagdag sa processor ng pagkain. Idagdag ang langis at asin; proseso upang ihalo nang mabuti. Idagdag ang tubig at iproseso sa isang makapal, doughy batter.

b) I-scoop ang batter sa 1/3 -cup na mga hugis ng biskwit (dapat kang gumawa ng sampu), sa isang may linya na 14-inch-square dehydrator tray. Mag-dehydrate ng 8 hanggang 10 oras sa 104°F.

c) I-flip at Dehydrate para sa isa pang 2 hanggang 4 na oras, o hanggang sa ninanais na pare-pareho. Gusto mong ang mga biskwit ay may crust sa labas at malambot ngunit hindi malambot sa loob.

d) Mananatili ng 1 araw sa temperatura ng kuwarto sa isang brown na bag. Maaari mong palamigin ng ilang araw o i-freeze, ngunit ang mga biskwit ay mawawala ang kanilang malutong na crust.

## 97.Kalamata Olive Crostini

Gumagawa: 9 Servings

**MGA INGREDIENTS:**

- ½ tasang pinatuyong buckwheat groats
- 1 tasang tinadtad na kintsay
- 1 tasa ng flax meal
- 1½ tasang sinala na tubig
- ½ tasang pitted at tinadtad na kalamata olives

**MGA TAGUBILIN**

a) Gilingin ang bakwit sa isang pulbos, pagkatapos ay ilagay sa isang high-speed blender. Idagdag ang kintsay, flax meal, at tubig. Haluin hanggang makinis. Idagdag ang mga olibo sa huli; pulso nang mahina upang ihalo sa batter.

b) Ikalat ang batter nang pantay-pantay sa isang may linya na 14-pulgada na dehydrator tray. Mag-dehydrate ng 6 hanggang 8 oras sa 104°F. I-flip sa tray, alisan ng balat ang liner, at puntos sa siyam na parisukat. Markahan ang bawat slice nang pahilis para magkaroon ka ng kabuuang labingwalong maliit na triangular na toast. Mag-dehydrate ng isa pang 4 hanggang 6 na oras, hanggang sa matuyo.

**GULAY**

c) Ang pagkilos ng pagluluto ng pagkain ay nag-aalis ng karamihan sa nilalaman ng tubig ng pagkain. Sa parehong paraan, ang dehydration ay isang paraan upang "magluto" ng mga gulay sa hilaw na pagkain.

d) Ang mahinang pag-aalis ng tubig ay makakatulong upang mapahina ang mga matigas na gulay, tulad ng asparagus, at mapupungay ang mga pulang kampanilya at sibuyas upang alisin ang kanilang langutngot.

e) Ang pag-dehydrate para sa mas mahabang panahon, sa kabilang banda, ay nag-aalis ng lahat ng kahalumigmigan upang lumikha ng isang magaan, malutong na texture. Ang paglalagay ng iyong mga gulay sa langis ng oliba ay makakatulong upang mapahina ang mga ito habang pinapabagal din kung gaano kabilis at ganap na nawala ang kanilang tubig sa iyong dehydrator.

# 98."Pririto" na Onion Ring na hinampas ng Buckwheat

Gumagawa: 4 Servings

**MGA INGREDIENTS:**

- 4 tasa ng manipis na hiniwang matamis na sibuyas
- 3 kutsarang extra-virgin olive oil
- 2 kutsarang sinala ng tubig
- 1 recipe Basic Buckwheat Batter

**MGA TAGUBILIN**

a) Ihanda ang mga sibuyas sa pamamagitan ng paghahagis sa mantika at tubig. Pagkatapos, isawsaw ang mga sibuyas sa Basic Buckwheat Batter upang mabalot ng mabuti.

b) Dahan-dahang ilagay ang mga sibuyas sa isang layer sa dalawang may linyang 14-pulgada na dehydrator tray, at i-dehydrate sa 104°F sa loob ng 4 hanggang 6 na oras, o hanggang sa ganap na matuyo at malutong.

# 99.Battered Zucchini Sticks

Gumagawa: 4 Servings

**MGA INGREDIENTS:**

- 3 zucchini, hiwa tulad ng French fries
- 3 kutsarang extra-virgin olive oil
- 2 kutsarang sinala ng tubig
- 1 recipe Basic Buckwheat Batter

**MGA TAGUBILIN**

a) Ihanda ang zucchini sa pamamagitan ng paghahagis sa mantika at tubig. Pagkatapos, isawsaw sa Basic Buckwheat Batter para lagyan ng mabuti.

b) Dahan-dahang ilagay ang mga stick ng zucchini sa isang layer sa dalawang may linyang 14-pulgada na dehydrator tray, at mag-dehydrate sa 104°F sa loob ng 5 hanggang 7 oras, o hanggang sa matuyo at malutong ang labas.

# 100."Roasted" Bell Peppers

Gumagawa: 4 Servings

**MGA INGREDIENTS:**

- 4 na tasang pinagbinhan at hiniwang pulang kampanilya
- ½ tasang extra-virgin olive oil
- 1 kutsaritang tinadtad na bawang

**MGA TAGUBILIN**

a) Ihagis ang kampanilya na may langis ng oliba at bawang upang ihalo nang mabuti.

b) Dahan-dahang ilagay ang bell pepper sa isang layer sa dalawang may linyang 14-inch-square dehydrator tray, at mag-dehydrate sa 104°F sa loob ng 3 hanggang 5 oras, o hanggang malambot. Mag-ingat na huwag mag-overdry, gusto mo lang palambutin ang mga sili.

c) Kung iiwan mo ang mga ito ng masyadong mahaba upang matuyo, sila ay uuwi at magiging malutong. Kung nangyari ito, gagana sila nang mahusay bilang isang makulay na pagwiwisik upang idagdag sa sopas at mga salad.

# KONGKLUSYON

Habang tinatapos namin ang aming paglalakbay sa pamamagitan ng "ANG PINAKAMAHUSAY NA LIBRO NG RESIPE PARA SA ISANG DEHYDRATOR," umaasa kaming puno ka ng inspirasyon at sigasig para sa mundo ng mga dehydrated na nilikha. Natutunan mo kung paano pangalagaan ang esensya ng mga prutas, gulay, at higit pa, habang pinatitindi ang lasa ng mga ito. Ang iyong pantry ay ngayon ay isang kayamanan ng mga posibilidad, na handang pagandahin ang iyong pang-araw-araw na pagluluto at meryenda.

Tandaan, ang pag-dehydrate ay hindi lamang tungkol sa kaginhawahan; isa itong culinary art na nagbibigay-daan sa iyong lumikha ng natural, puno ng sustansya na mga kasiyahan. Ang iyong dehydrator ay isang mahusay na tool na nagbubukas ng mundo ng mga lasa, texture, at panlasa. Mula sa crispy kale chips hanggang sa mayaman at mausok na pinatuyong paminta, ang iyong mga pagpipilian ay kasinglawak ng iyong imahinasyon.

Hinihikayat ka naming patuloy na mag-eksperimento, ibahagi ang iyong mga dehydrated na nilikha sa mga kaibigan at pamilya, at gawing mahalagang bahagi ng iyong paglalakbay sa pagluluto ang mga diskarteng ito. Habang binubuhay mo ang iyong pantry gamit ang mga bunga ng iyong nakakapagod na paggawa, umaasa kaming natitikman mo ang bawat sandali sa kusina at bawat kagat ng iyong mga dehydrated delight. Maligayang pag-dehydrate!

www.ingramcontent.com/pod-product-compliance
Lightning Source LLC
LaVergne TN
LVHW010928061026
849535LV00007B/2299
* 9 7 8 1 8 3 5 9 3 4 3 4 0 *